శ్రీ గణేశ ప్రార్థన

వక్రతుండ మహాకాయ కోటి సూర్య సమప్రభ
నిర్విఘ్నం కురుమేదేవ సర్వకార్యేషు సర్వదా

Meaning

O' Lord Ganesha, who has a curved trunk and a huge body, shines with splendor equal to a thousand Suns. O'Lord, please help me complete all my activities without any hurdles.

శ్రీరామ ప్రార్థన

దక్షిణే లక్ష్మణో యస్య వామే తు జనకాత్మజా
పురతో మారుతిర్యస్య తం వందే రఘునందనమ్

Meaning

Rama with Lakshmana to his right, Seeta Devi to his left, and Hanuman in front, I pray to Lord Rama.

వాల్మీకి ప్రార్థన

కూజంతం రామరామేతి మధురం మధురాక్షరమ్
ఆరుహ్యకవితా శాఖాం వందే వాల్మీకి కోకిలమ్

Meaning

Sage Valmiki, the author of Ramayana, is compared to a cuckoo bird sitting on a branch of poetry and melodiously singing the name of Rama. I Salute Sage Valmiki.

గురు ప్రార్థన

గురుర్బ్రహ్మా గురుర్విష్ణుః గురుర్దేవో మహేశ్వరః
గురుస్సాక్షాత్ పరబ్రహ్మా తస్మై శ్రీ గురువే నమః

Meaning

Guru is the personification of Brahma, Vishnu, and Shiva. Guru provides the light of knowledge and destroys the darkness of ignorance. I pray to the Guru.

రచన & కూర్పు

శ్రీ అవసరాల లక్ష్మీపతి రావు

మరియు

శ్రీ అవసరాల నరేష్

చిత్రకళ

శ్రీ నీలి వెంకట రమణ - రమణ ఆర్ట్స్

ముఖచిత్రం & పుస్తక రూపకల్పన

శ్రీమతి లక్ష్మి ఎతిరాజన్

In Association with

Stotrasagar Youtube Channel – Home for word-by-word tutorials of slokas and stotras.

Stotrasagar mobile app - Available on iOS and Android – Tutorials, mp3, and text of Slokas and Stotras.

Stotrasagar @ Instagram – One sloka a day Bhagavadgeeta project.

Stotrasagar.com – A wealth of profound knowledge about Sanatana Dharma.

Send your questions & feedback to sriramadaas@gmail.com

రామాయణం అందరూ చదవాలి, ఎందుకంటే..

రాముని కన్నా ఉత్తమ పురుషుడు ఎవరూ లేరు. ఆయన ధర్మానికి, పరాక్రమానికి, దయకు, మరియు సత్యానికి పరిపూర్ణమైన ప్రతిరూపం. సీతాదేవి కన్నా గొప్ప స్త్రీ మరెవరూ లేరు. ఆమె పవిత్రత, భక్తి, మరియు సహనానికి ప్రతిరూపం.

హనుమంతుని కన్నా గొప్ప భక్తుడు ఎవరూ లేరు. ఆయన అచంచలమైన విశ్వాసం, భక్తి, మరియు నిస్వార్థ సేవకు ప్రతిరూపం. లక్ష్మణుడు, భరతుడు, శత్రఘ్నుడి కన్నా గొప్ప సహోదరులు ఎవరూ లేరు. వారు ప్రేమ, విధేయత, మరియు ధర్మబద్ధమైన సేవకు ప్రతిరూపాలు.

సుగ్రీవుని కన్నా గొప్ప స్నేహితుడు ఎవరూ లేరు. ఆయన నిజమైన స్నేహం, విశ్వాసం, మరియు కృతజ్ఞతకు ప్రతిరూపం. రావణుని కన్నా గొప్ప ప్రతినాయకుడు ఎవరూ లేరు. ఆయన అపారమైన జ్ఞానం మరియు శక్తికి ప్రతిరూపం, కానీ ఆయన అహంకారమే ఆయన పతనానికి కారణమైంది.

అదే విధంగా, దశరథుడు, కౌసల్య, జనకుడు, విశ్వామిత్రుడు, విభీషణుడు, జటాయువు మరియు ఈ కథలోని వారందరూ కూడా, వారి వారి స్థానాలలో ఉత్తములు. ఇటువంటి ఉత్తములందరితో కూడిన గొప్ప కథ రామాయణం. ఇది అన్ని వయసులవారూ తెలుసుకోవలసిన గొప్ప కథ.

రామాయణం మానవ విలువలు, సంబంధాలు, మరియు ధర్మ మార్గాన్ని బోధిస్తుంది. రాముని కథను చదవడం, అర్థం చేసుకోవడం, మనస్సులో జీర్ణించుకోవడం వలన, మన జీవితంలో సరైన నిర్ణయాలు తీసుకునే బుద్ధి ఏర్పడుతుంది. ఈ కథ మన జీవితానికి మార్గదర్శకంగా నిలుస్తుంది. రామాయణాన్ని కేవలం వినోదం కోసం కాకుండా, దాని బోధనలను జీవితంలో అమలు చేయడానికి చదవాలి. అప్పుడే మనం ఉత్తమ వ్యక్తులుగా మారగలుగుతాం.

విషయ సూచిక

Number	Subheading	Page number
1.	వాల్మీకి మహర్షి-పరిచయం	1
2.	సూర్యవంశం	5
3.	దశరథ మహారాజు	6
4.	రామజననం	8
5.	విశ్వామిత్ర మహర్షి	10
6.	తాటక వధ	13
7.	వామనావతారం	14
8.	కార్తికేయ జననం	18
9.	గంగ కథ	21
10.	అహల్యా శాపం	25
11.	మిథిలా నగరం	27
12.	విశ్వామిత్రుని పూర్వకథ	28
13.	సీతాజననం	31
14.	శివధనుస్సు	32
15.	సీతారామకళ్యాణం	33
16.	పరశురాముని గర్వభంగం	35
17.	అయోధ్యలో సంబరాలు	36

వాల్మీకి మహర్షి-పరిచయం

పూర్వం, మహర్షి వాల్మీకి తన శిష్యులతో కలిసి తమసా నది తీరం దగ్గర ప్రశాంతంగా నివసించేవారు. ఒక రోజు దేవర్షి నారదుడు ఆయనను కలవడానికి అక్కడికి వచ్చారు. వాల్మీకి, నారదుడిని ఆత్మీయంగా ఆహ్వానించి, "ఓ మహానుభావా, ఈ ప్రపంచంలో ఎప్పుడూ సత్యనిష్ఠ, దయ, ధైర్యం కలిగిన పరిపూర్ణమైన వ్యక్తి ఎవరైనా ఉన్నారా?" అని అడిగారు.

నారదుడు చిరునవ్వుతో, "అవును! సూర్యవంశానికి చెందిన శ్రీరాముడు పరిపూర్ణుడు. ఆయన ధర్మనిష్ఠుడు, ధైర్యవంతుడు, దయగలవాడు, తెలివైనవాడు మరియు దేవతలు కూడా ఆయనని యుద్ధంలో ఓడించలేరు." అని చెప్పారు.

అనంతరం నారద ముని వాల్మీకికి శ్రీరాముని జీవిత కథను వివరించారు. ఈ కథను రామాయణం అంటారు. ఈ కథ తెలుసుకున్న వారు మంచి మార్గంలో

నడుచుకుంటారు మరియు వారికి భగవంతుని అనుగ్రహం లభిస్తుంది, అని చెప్పి ఆయన అక్కడి నుండి బయలుదేరారు.

నారదుని మాటల వలన వాల్మీకి ఎంతో ప్రేరణ పొందారు. ఆ తర్వాత వాల్మీకి తన శిష్యులతో కలిసి తమసా నదికి వెళ్లారు. మార్గంలో వారికి ఒక చెట్టుపై సంతోషంగా ఆడుతున్న రెండు పక్షులు కనిపించాయి. కిలకిలమంటూ ఆనందంగా ఉన్న ఆ పక్షులను చూసి ఆయన సంతోషించారు. అకస్మాత్తుగా ఒక వేటగాడు అందులో ఒక పక్షిని బాణం వేసి చంపాడు. ఇది చూసిన రెండవ పక్షికి ఎంతో దుఃఖం కలిగింది. ఆ ఘోరమైన సంఘటన వాల్మీకిని విచారపరిచింది. దానితో కలత చెందిన మహర్షి, ఒక శ్లోకం పలికి వేటగాడిని తగిన శిక్ష అనుభవించమని శపించారు.

వాల్మీకి, ఆశ్రమానికి తిరిగి వెళ్ళిన తర్వాత కూడా జరిగిన సంఘటన, పక్షులు, వేటగాడు మరియు తను పలికిన శ్లోకం గురించి ఆలోచిస్తూనే ఉన్నారు. తను అంత

అందమైన శ్లోకం చెప్పగలిగినందుకు ఆశ్చర్యపోయారు. అది నారదుని ఆశీర్వాదం వలనే జరిగింది అని అనుకున్నారు.

ఆ రోజు, బ్రహ్మదేవుడు వాల్మీకి ఆశ్రమానికి వచ్చారు. వాల్మీకి, బ్రహ్మగారికి నమస్కారం చేసి, గౌరవంగా ఆహ్వానించారు. అప్పుడు, బ్రహ్మ ఇలా చెప్పారు, "ఓ మహర్షీ, మీరు రాముని జీవిత కథను కావ్యరూపంలో వ్రాయడానికి ఎన్నుకోబడ్డారు. ఈ కథలోని సంఘటనలను మరియు వాటిలో ఉన్న ప్రతి ఒక్కరి ఆలోచనలను చూడగలిగే ప్రత్యేక శక్తులను మీకు ప్రసాదిస్తున్నాను. దానివలన, మీ కావ్యంలోని ప్రతి అక్షరం సత్యాన్ని తెలియజేస్తుంది. మీ కావ్యం 'రామాయణం' అనే పేరుతో ప్రపంచవ్యాప్తంగా ప్రసిద్ధి చెందుతుంది. ఆ గొప్ప కావ్యం మానవులకు ఆధ్యాత్మిక జ్ఞానాన్ని మరియు విద్యను అందిస్తుంది."

బ్రహ్మగారు ఈ విషయాలను తెలియచేసి, వాల్మీకిని ఆశీర్వదించి, అక్కడ నుండి అదృశ్యమయ్యారు.

బ్రహ్మగారు ఇచ్చిన స్ఫూర్తితో, వాల్మీకి మహాకావ్యాన్ని వ్రాయడం ప్రారంభించారు. బ్రహ్మ ఆదేశాలను అనుసరించి ఆ కావ్యానికి 'రామాయణం' అని పేరు పెట్టారు. మహర్షి ఆ కథను 24,000 శ్లోకాలలో వ్రాసి, ఏడు భాగాలుగా విభజించారు.

1. బాలకాండ
2. అయోధ్యకాండ
3. అరణ్యకాండ
4. కిష్కింధకాండ
5. సుందరకాండ
6. యుద్ధకాండ
7. ఉత్తరకాండ.

వాల్మీకి తర్వాత, చాలా మంది పండితులు తమ స్వంత శైలిలో రామాయణం వ్రాసారు. అవన్నీ గొప్ప సాహిత్య రచనలు. అయితే, ఈ పుస్తకం వాల్మీకి చెప్పిన కథను అనుసరిస్తుంది.

బాలకాండ

సూర్యవంశం

సూర్య భగవానుని కుమారుడైన వైవస్వత మనువు భూమికి మొదటి రాజు. ఆయన కుమారుడు ఇక్ష్వాకు, సరయు నది ఒడ్డున అయోధ్యా నగరాన్ని నిర్మించారు. ఆ తర్వాత, ఆయోధ్యని రాజధానిగా చేసుకుని, సూర్య వంశానికి చెందిన హరిశ్చంద్ర, సగర, భగీరథ, దిలీప, రఘు, అజ వంటి గొప్ప రాజులు కోసల దేశాన్ని పరిపాలించారు.

అదే వంశానికి చెందిన మరొక గొప్ప రాజు దశరథ మహారాజు. ఆయన శౌర్యం, చిత్తశుద్ధి, మరియు రాజ్యపరిపాలనా దక్షత వంటి సద్గుణాలను వారసత్వంగా పొందారు. ఆయన పరిపాలనలో కోసల దేశ ప్రజలందరూ ధర్మాన్ని తప్పకుండా, నిజాయితిగా జీవనం గడుపుతూ సంతోషంగా ఉండేవారు. ఆయన ఎనిమిది మంది మంత్రులు మరియు వశిష్ఠ, వామదేవ వంటి ఋషుల మార్గదర్శకత్వంతో రాజ్యాన్ని చక్కగా పరిపాలించేవారు.

దశరథ మహారాజు

దశరథునికి కౌసల్య, సుమిత్ర, కైకేయి అనే ముగ్గురు భార్యలు ఉండేవారు. వారికి చాలా కాలం వరకు పిల్లలు కలుగలేదు. పురోహితుడైన వశిష్ఠ మహర్షి సలహా మేరకు దశరథుడు పుత్రకామేష్టి యాగాన్ని నిర్వహించారు. ఆ అద్భుతమైన యాగాన్ని చూసేందుకు మహర్షులు, పౌరులు తరలివచ్చారు. యాగాన్ని తిలకించడానికి మరియు పవిత్ర నైవేద్యాన్ని స్వీకరించడానికి దేవతలందరూ యాగశాలకు చేరుకున్నారు. బ్రహ్మదేవుడు కూడా ఆ యాగానికి వచ్చారు. దేవతలు ఆయనకు నమస్కరించి, రాక్షస రాజైన రావణుడితో వాళ్ళు పడుతున్న కష్టాల గురించి చెప్పుకున్నారు.

పూర్వం, లంకా నగరాన్ని రావణుడు అనే రాక్షసరాజు పాలించేవాడు. రావణుడు బ్రహ్మను మెప్పించడానికి గొప్ప తపస్సు చేసాడు. ఆ తపస్సుకి ప్రసన్నం అయిన బ్రహ్మగారు రావణుడికి ఒక వరం ఇచ్చారు.

ఆ వరం వలన రావణుడు, మనుషులు మరియు వానరులు తప్ప ఇతర జీవులన్నింటిపై అజేయంగా ఉండే శక్తిని పొందాడు. ఆ బలగర్వంతో రావణుడు స్త్రీలను, బలహీనులను బాధించడం, ఋషులను హింసించడం, లోకాలపై దాడి చేసి ఆక్రమించడం వంటి ఎన్నో దారుణాలు చేయడం మొదలుపెట్టాడు. అతని శక్తి మరియు బ్రహ్మ వరం వలన దేవతలు కూడా అతనిని ఆపలేకపోయారు. అందువలన, వారు తమ ఆందోళనలను వ్యక్తం చేసి, రావణుడిని ఆపడానికి బ్రహ్మదేవుడే ఏదైనా ఉపాయం ఆలోచించాలని కోరారు.

అంతలో, శ్రీమహావిష్ణువు అక్కడ ప్రత్యక్షమై, రావణుడిని చంపడానికి మానవుడిగా అవతారం తీసుకుంటానని వారికి మాట ఇచ్చారు. పుత్రకామేష్టి యాగం ఫలితంగా దశరథునికి నలుగురు కుమారులుగా పుడతానని తెలియచేసారు. దానితో, బ్రహ్మగారికి మరియు దేవతలకు ధైర్యం వచ్చింది. విష్ణువుకి సహాయపడటానికి తమ అంశలతో ఎలుగుబంటి మరియు వానర సైన్యాన్ని సృష్టించమని బ్రహ్మ దేవతలను ఆదేశించారు.

రామజననం

ఋష్యశృంగ మహర్షి పర్యవేక్షణలో పుత్రకామేష్టి యాగం విజయవంతంగా జరిగింది. అది ముగియగానే, పవిత్రమైన యాగాగ్ని నుండి ఒక దివ్యమైన యజ్ఞపురుషుడు పైకి వచ్చి, యజ్ఞప్రసాదం ఉన్న పాయసపాత్రను దశరథునికి ఇచ్చారు. ఆ పాయసాన్ని దశరథుని ముగ్గురు భార్యలకు ఇవ్వమని చెప్పి, ఆ దివ్య పురుషుడు మాయం అయ్యారు. దశరథుడు ఎంతో ఆనందంగా ఆ పాయసపాత్రను తీసుకుని, తన ముగ్గురి భార్యలకు ఆ ప్రసాదాన్ని ఇచ్చారు. ప్రసాద మహిమ వలన కౌసల్య, సుమిత్ర, కైకేయి గర్భవతులు అయ్యారు.

కొన్ని నెలల్లో, కౌసల్యకి రాముడు, కైకేయికి భరతుడు, సుమిత్రకు కవలలు— లక్ష్మణుడు మరియు శత్రుఘ్నుడు జన్మించారు. పిల్లల పుట్టుకతో దశరథుడు, ఆయన భార్యలు చాలా ఆనందించారు. వారు ఆవులు, బంగారం, భూమి వంటివి దానం చేసి వేడుకలు జరుపుకున్నారు. అయోధ్యానగర వీధులన్నీ అలంకరణలు,

తోరణాలు, దీపాలతో కళకళలాడాయి. ప్రజలందరూ ఆనందంగా ఉత్సవాలు చేసుకున్నారు. ఆకాశం నుండి దేవతలు పువ్వులు జల్లి, ఆశీర్వాదాలు కురిపించారు. గంధర్వులు దివ్యలోకాల నుండి మధురంగా పాటలు పాడారు. అప్సరసలు స్వర్గంలో ఆనందంగా నర్తించారు.

రామ, భరత, లక్ష్మణ, శత్రుఘ్నులు చిన్నతనం నుండే మంచి గుణాలు కలిగి ఉండేవారు. నిజాయితీ, ధైర్యం, పెద్దల పట్ల గౌరవం, తెలివితేటలు, దయ, పరిశీలనాశక్తి, మరియు వేగంగా నేర్చుకోవడం వంటి ఎన్నో అద్భుతమైన లక్షణాలు కలిగి ఉండేవారు. కాలక్రమేణా, వారు నలుగురూ పెరిగి బాల్యంలోకి ప్రవేశించారు. అనంతరం, వారు విద్యాభ్యాసం కొరకై వశిష్ఠ మహర్షి గురుకులానికి వెళ్లారు. అక్కడ గురువులకు సేవలు చేస్తూ, వారు అన్ని విద్యలను శ్రద్ధగా నేర్చుకున్నారు. వారు వివిధ వేదాలు, శాస్త్రాలు మరియు ఆయుధ విద్యలలో అపూర్వ ప్రతిభను చూపారు.

బాలకాండ

విశ్వామిత్ర మహర్షి

విద్య పూర్తయ్యాక, వారు అయోధ్యకు తిరిగి వచ్చారు. దశరథుడు మరియు రాణులు, తమ పిల్లలు సత్ప్రవర్తన మరియు శౌర్యం కలిగి ఉన్న యువకులుగా పెరిగినందుకు గర్వించారు. భరత, లక్ష్మణ, శత్రుఘ్నులు రాముని‌పై విశేషమైన అంకితభావం మరియు ప్రేమతో ఉండేవారు. వారు నలుగురు తల్లిదండ్రులపై గౌరవభావంతో ఉంటూ, రాజ్య పరిపాలనలో దశరథునికి సహాయంగా ఉండేవారు.

కొన్ని సంవత్సరాల తర్వాత, ఒకరోజు దశరథ మహారాజు తన మంత్రులతో సభలో ఉండగా, ఒక సేవకుడు విశ్వామిత్ర మహర్షి సభకు వచ్చారని తెలియజేసాడు. విశ్వామిత్రుడు, ఇంద్రియాలను జయించి తన తపస్సుతో భగవంతుని అనుగ్రహం పొందిన గొప్ప ఋషి. ఆయన రాక గురించి తెలుసుకుని, దశరథుడు చాలా ఆనందించారు. మహారాజు సింహాసనం దిగి, తన మంత్రులతో కలిసి మహర్షిని ఆహ్వానించారు. ఆయన మహర్షి పాదాలు కడిగి, పువ్వులతో పూజించి, ఉచితాసనంలో కూర్చోబెట్టి సత్కరించారు.

బాలకాండ

దశరథుడు వినయంగా విశ్వామిత్రునితో ఇలా అన్నారు "మీ రాక మాకు గొప్ప ఆశీర్వాదం. దయచేసి మీ రాకకు కారణం చెప్పండి. ఎటువంటి సహాయం అయినా నేను చేస్తాను." విశ్వామిత్రుడు "దశరథా, నేను లోక ప్రయోజనం కొరకు ఒక యాగం చేస్తున్నాను. కానీ మారీచ, సుబాహు అనే ఇద్దరు రాక్షసులు ఆ యాగాన్ని భంగం చేస్తున్నారు. యాగన్ని రక్షించడానికి మీ కుమారుడైన రాముడిని నా వెంట పంపు." అని సమాధానం చెప్పారు.

దశరథుడు భయపడి, "మారీచ, సుబాహులు భయంకరమైన రాక్షసులు. రాముడు వాళ్ళతో యుద్ధానికి సరిపోడు. బదులుగా నేను నా సైన్యంతో వచ్చి యాగానికి రక్షణ కల్పిస్తాను." అని వేడుకున్నారు. దశరథుడు నిరాకరించడంతో, విశ్వామిత్రుడు నిరాశ వ్యక్తం చేసారు. అంతలో వశిష్ఠుడు మహారాజు వద్దకు వచ్చి, "విశ్వామిత్రుడు గొప్ప ఋషి మరియు యోధుడు. రామలక్ష్మణులను అతనితో పంపుము. ఆయన వద్ద వారు ఎన్నో విషయాలు నేర్చుకుంటారు మరియు ఆయన రక్షణలో సురక్షితంగా

బాలకాండ

ఉంటారు." అని ధైర్యం చెప్పారు. ఆ మాటలకు సంతోషించిన దశరథుడు, రామలక్ష్మణులను విశ్వామిత్రునితో వెళ్లమని ఆదేశించారు. రాముడు, లక్ష్మణుడు, తల్లితండ్రుల వద్ద, గురువు వశిష్ఠుని వద్ద ఆశీర్వాదం తీసుకుని విశ్వామిత్రుని వెంట బయలుదేరారు. వారికి దారిలో అన్నీ శుభ సూచనలు ఎదురయ్యాయి.

రాజకుమారులు తమ ఖడ్గాలు, విల్లులు, బాణాలతో విశ్వామిత్రుడిని అనుసరించి సరయు నది తీరానికి చేరుకున్నారు. ఆ రాత్రి అక్కడే విశ్రాంతి తీసుకోవాలని వారు నిర్ణయించుకున్నారు. విశ్వామిత్రుడు వారికి 'బల, అతిబల' అనే శక్తివంతమైన మంత్రాలను బోధించారు. ఆ మంత్రాలు జపించడం వలన ఆకలి, అలసట, అనారోగ్యం కలుగవని తెలియజేసారు. మరుసటి రోజు, వారు భయంకరమైన దండకారణ్యంలోకి ప్రవేశించారు. తాటక అనే రాక్షసి వచ్చేంత వరకు ఆ అరణ్యం ప్రశాంతంగా ఉండేదని విశ్వామిత్రుడు వివరించారు. తాటక తన కొడుకు మారీచుడితో కలిసి అడవిలో ఉన్న ప్రాణులని వేధించి ఆ ప్రదేశాన్ని భయానకంగా తయారు

చేసింది అని చెప్పారు. ఆ అరణ్యంలో ప్రశాంతతను కాపడడానికి ఆ రాక్షసిని సంహరించమని రాముడిని ఆదేశించారు. స్త్రీతో యుద్ధం చేయడం ధర్మానికి విరుద్ధం కాబట్టి రామలక్ష్మణులు వెనుకాడారు. అయితే, ధర్మాన్ని రక్షించడానికి ఒక రాజు ఎవరితోనైనా యుద్ధం చేయవలసిన అవసరం ఉందని మహర్షి వారికి వివరించారు.

తాటక వధ

రాముడికి, విశ్వామిత్రుని ఆజ్ఞలు పాటించమని తన తండ్రి చెప్పిన మాటలు గుర్తువచ్చాయి. వెంటనే తన వింటినారిని వెనక్కి లాగి పెద్దగా టంకారం చేసారు. ఆ భయంకరమైన శబ్దం విని తాటక రామునిపై యుద్ధానికి దూకింది. ఆమె చెట్లను, బండరాళ్లను పెక్కిలించి రామునిపైకి విసిరింది. రాముడు తన బాణాలతో వాటిని గాలిలోనే ధ్వంసం చేసారు. తర్వాత, రాముడు ఒక శక్తివంతమైన బాణం వదలగా, అది దూసుకుని వెళ్ళి ఆమె గుండెని చీల్చి చంపింది.

బాలకాండ

విశ్వామిత్రుడు, రాముని ధైర్యపరాక్రమాలను అభినందించారు. ఆ యుద్ధాన్ని చూసి దేవతలు ఆకాశం నుండి పూల వర్షం కురిపించారు. విశ్వామిత్రుని వద్ద, శివుని వరం వలన పొందిన ఎన్నో దివ్యాస్త్రాలు ఉండేవి. ఆ దివ్యాస్త్రాలను రాముని కి ఇవ్వమని దేవతలు విశ్వామిత్రుడిని కోరారు. విశ్వామిత్రుడు, రామలక్ష్మణుల ధైర్యానికి ముచ్చటపడి, ఆ అస్త్రశస్త్రాలను వారికి ఇచ్చి, వాటిని ఎలా ఉపయోగించాలో మరియు నియంత్రించాలో నేర్పించారు. ఆ ఆయుధాలు మానవరూపంలో ప్రత్యక్షమై, రాముని కి నమస్కరించి, తమను ఆదేశించమని కోరారు. రాముడు వారికి కృతజ్ఞతలు తెలిపి, అవసరమైనప్పుడు సహాయం చేయమని కోరారు.

వామనావతారం

విశ్వామిత్రుడు యువరాజులతో ప్రయాణాన్ని కొనసాగించి ఒక ఆశ్రమానికి చేరుకున్నారు. "ఈ పవిత్ర స్థలాన్ని సిద్ధాశ్రమం అని పిలుస్తారు. ఇక్కడ వామనుడు

14

తపస్సు చేసేవారు" అని చెప్పి, విశ్వామిత్రుడు వారికి వామనావతారం కథను వివరించారు. పూర్వం, బలి అనే రాక్షస రాజు ఉండేవారు. అయన రాక్షస వంశంలో జన్మించినప్పటికీ, సత్కార్యాలు చేసి, మంచి రాజుగా ప్రసిద్ధి చెందారు. ఒకప్పుడు, ఆయన తన గురువు శుక్రాచార్యుని మార్గనిర్దేశంతో విశ్వజిత్ మహాయాగం నిర్వహించారు. ఆ యాగ ప్రసాదంగా ఒక దివ్యరథం మరియు మహాశక్తులను పొందారు. ఆ శక్తులతో బలి, ఇంద్రుని స్వర్గలోకంతో సహా అన్ని లోకాలను జయించారు.

అదితికశ్యపులు దేవతల తల్లిదండ్రులు. ఇంద్రుడు రాజ్యాన్ని కోల్పోయినందుకు అదితి దుఃఖించింది. ఒక్క శ్రీమహావిష్ణువు మాత్రమే ఇంద్రుడికి సహాయం చేయగలరని గ్రహించి, అదితికశ్యపులు విష్ణువు కొరకు చాలాకాలం తపస్సు చేసారు. విష్ణువు వారి ప్రార్థనలకు సంతోషించి, వారికి కుమారుడిగా జన్మించి, బలి నుండి రాజ్యాన్ని తిరిగి తీసుకుని, ఇంద్రునికి ఇస్తానని వాగ్దానం చేసారు.

ఇచ్చిన మాట ప్రకారం, విష్ణువు అదితి కశ్యపుల కుమారుడిగా జన్మించి, వామన రూపంతో బలి చక్రవర్తి సభకి వెళ్ళారు. దివ్య తేజస్సుతో వెలుగొందుతున్న వామనుడిని సాదరంగా ఆహ్వానించి, అతను ఏది అడిగినా ఇస్తానని బలి వాగ్దానం చేసారు.

వామనుడు తనకి మూడు అడుగుల భూమి కావాలని కోరారు. రాక్షస గురువైన శుక్రాచార్యుడు, వామనుడే విష్ణువు అని గ్రహించి, ఆ అభ్యర్థనను అంగీకరించవద్దని బలిని హెచ్చరించారు. కానీ, విష్ణుభక్తుడైన బలి, వామనునికి మూడడుగుల భూమిని దానం ఇచ్చారు.

వెంటనే, వామనుడు ఆకాశం అంత ఎత్తు పెరిగి, ఒక అడుగుతో భూమిని, మరో అడుగుతో విశ్వాన్ని కొలిచారు. వామనుడు మూడవ అడుగు కొలిచేందుకు స్థలాన్ని చూపమని బలిని అడిగారు. బలి వినయంగా "మూడవ అడుగును నా తలపై పెట్టండి" అని బదులు ఇచ్చారు. వామనుడు తన పాదాన్ని బలి తలపై ఉంచి, అతనిని పాతాళానికి తొక్కేసారు.

వామన రూపంలో ఉన్న విష్ణువు, బలికి మరణరహితమైన చిరంజీవిత్వాన్ని వరంగా ప్రసాదించారు. అనంతరం, వామనుడు ఇంద్రునికి రాజ్యాన్ని అప్పగించి, సిద్ధాశ్రమంలో తపస్సు చేయడానికి వెళ్లారు.

రామలక్ష్మణులు, వామన చరిత్ర మరియు సిద్ధాశ్రమం యొక్క పవిత్రత తెలుసుకొని, ఆ ఆశ్రమానికి నమస్కరించారు. వారు ముగ్గురూ ప్రయాణం కొనసాగించి, విశ్వామిత్రుని ఆశ్రమానికి చేరుకున్నారు. విశ్వామిత్రుని శిష్యులు వారిని ఆత్మీయంగా స్వాగతించారు. విశ్వామిత్రుడు యాగం రక్షించడానికి అవసరమైన అన్ని జాగ్రత్తలను రామలక్ష్మణులకు వివరించారు. వారికి బాధ్యతలు అప్పగించి, ఆయన తన శిష్యులతో కలిసి యాగం ప్రారంభించారు. రామలక్ష్మణుల సంరక్షణలో ఆరు రోజులపాటు యాగం ప్రశాంతంగా జరిగింది. యాగం చివరి రోజున వారికి ఘోరమైన శబ్దాలు వినిపించాయి. మారీచ, సుబాహు అనే రాక్షసులు, యాగాన్ని చెడగొట్టేందుకు ఆకాశ మార్గంలో రావడం వారికి కనిపించింది.

ఆ రాక్షసులు రక్తం మరియు ఇతర అపవిత్ర వస్తువులను యాగాగ్నిలో పోయడానికి సిద్ధపడ్డారు. ఇంతలో రాముడు మానవాస్త్రాన్ని ప్రయోగించి, మరీచుడిని బంధించి దూరంగా విసిరివేసారు. ఆపై, ఆగ్నేయాస్త్రాన్ని ప్రయోగించి సుబాహుని చంపారు. ఇతర రాక్షసులను వాయవ్యాస్త్రంతో ఓడించారు. ఆ తర్వాత, ఎలాంటి అడ్డంకులు లేకుండా యాగం విజయవంతంగా ముగిసింది. యాగాన్ని రక్షించినందుకు విశ్వామిత్రుడు మరియు ఆయన శిష్యులు రామలక్ష్మణులను అభినందించారు.

కార్తికేయ జననం

మరుసటి రోజు, విశ్వామిత్రుడు రామలక్ష్మణులతో ఇలా అన్నారు "విదేహ రాజైన జనకుడు మిథిలానగరంలో గొప్ప యాగం నిర్వహిస్తున్నారు. ఆయన వద్ద అద్భుతమైన శివధనుస్సు ఉంది. మీరు ఇద్దరూ కూడా మాతో కలిసి మిథిలకు రండి." విశ్వామిత్రుని ఆదేశాన్ని అనుసరించి, రామలక్ష్మణులు మిథిలకు ప్రయాణమయ్యారు.

విశ్వామిత్రుడు, రామలక్ష్మణులు, గంగానది తీరం చేరుకున్నారు. రాముడు గంగానది ఆవిర్భావం గురించి మహర్షిని అడగగా, విశ్వామిత్రుడు ఇలా వివరించారు: పర్వతరాజు హిమవంతునికి గంగ మరియు పార్వతి అనే ఇద్దరు కుమార్తెలు. దేవతల కోరిక మేరకు, హిమవంతుని అనుమతితో, గంగ స్వర్గలోకంలో దేవనదిగా ప్రవహించింది. పార్వతి, శివుని కొరకు చాలా కాలం కఠోర తపస్సు చేసి, ఆయనను మెప్పించి వివాహం చేసుకుంది.

శివుడు మరియు పార్వతి ఇద్దరూ చాలా శక్తివంతులు. వారికి కలగబోయే సంతానం ఇంకెంత శక్తివంతంగా ఉంటుందోనని దేవతలు భయపడ్డారు. వెంటనే వారు కైలాసానికి వెళ్ళి, శివుడిని పార్వతితో సంతానాన్ని కనవద్దని వేడుకున్నారు. ఎప్పుడూ భక్తుల కోరికలు తీర్చే శివుడు, దేవతల కోరికను నెరవేరుస్తానని హామీ ఇచ్చారు. ఈ విషయం తెలుసుకున్న పార్వతికి చాలా కోపం వచ్చింది. ఆమె దేవతలను శాశ్వతంగా సంతానం లేకుండా ఉండమని శపించింది.

బాలకాండ

ఇంతలో, తారకాసురుడు అనే రాక్షసుడు చాలా సంవత్సరాలు తపస్సు చేసి, బ్రహ్మగారిని మెప్పించి ఒక వరాన్ని పొందాడు. శివపార్వతులకు సంతానం కలగదని తెలిసిన తారకాసురుడు, వారి కుమారుడి చేత మాత్రమే తనకు మృతి కలగాలని కోరుకున్నాడు. ఆ వరం వలన తనకింక చావు లేదన్న గర్వంతో, తారకాసురుడు అన్ని లోకాలపై దాడి చేసి విజయం సాధించాడు. వాడు అందరినీ పీడిస్తూ లోక కంటకుడిగా మారాడు.

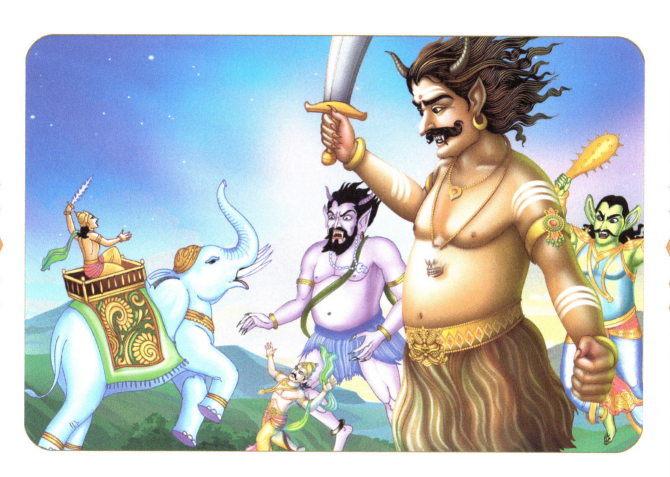

దేవతలు తమ తప్పు గ్రహించి, తక్షణమే శివుడిని శరణు వేడి సహాయం కోరారు. ఆయన వారి కష్టాన్ని గమనించి, వారికి సహాయం చేయడానికి అంగీకరించారు. ఆయన, పార్వతితో కలిసి సాధించిన ప్రాణశక్తిని తీసి దేవతలకు ఇచ్చారు. ఆ శక్తిని ఒక యోగ్యమైన స్త్రీ గర్భంలో ఉంచితే శిశుజననం జరుగుతుందని శివుడు వారికి చెప్పారు. ఆ ప్రాణశక్తి నుండి వచ్చే వేడిని ఒక్క అగ్నిదేవుడే తట్టుకోగలరు కనుక, ఆ శక్తిని ఆయన స్వీకరించి భద్రపరిచారు.

తర్వాత, దేవతలు బ్రహ్మ వద్దకు వెళ్లి, శివుని ప్రాణశక్తిని గర్భంలో ధరించగలిగే స్త్రీ గురించి తెలియజేయమని ప్రార్థించారు. పార్వతి అక్క అయిన గంగని సహాయం కోరమని, బ్రహ్మ వారికి సలహా ఇచ్చారు.

వెంటనే, దేవతలు గంగ వద్దకు వెళ్లి సహాయం కోరారు. గంగ, వారి కోరికను శ్రద్ధగా విని, ఆ కార్యం యొక్క ప్రాముఖ్యతను అర్థం చేసుకుని అంగీకరించింది. అప్పుడు, అగ్నిదేవుడు శివశక్తిని గంగలో ప్రవేశపెట్టారు. ఆమె ఆ శక్తిని సంతోషంగా స్వీకరించింది. కానీ, శివశక్తి నుండి వచ్చే వేడిని ఎక్కువ సేపు తట్టుకోలేకపోయింది. ఆ బాధను భరించలేక, ఆమె ఆ శివశక్తిని తన మాతృశక్తితో కలిపి ఒక పర్వతం దగ్గర పొదల్లో విడిచిపెట్టింది.

ఏమి జరిగిందో తెలుసుకోవాలన్న ఉత్సహంతో దేవతలు ఆ పొదల్లో వెతకడం మొదలుపెట్టారు. అక్కడ, ఆరు ముఖాలు కలిగిన అందమైన శిశువును వారు కనుగొన్నారు. వెంటనే, ఆ పిల్లవాడికి పాలు ఇవ్వడానికి దేవకాంతలైన కృత్తికలను పిలిచారు. కృత్తికలు ఆ బాలుడికి పాలు ఇచ్చి, ప్రతిఫలంగా ఆయనకు తమ పేరు

పెట్టాలని కోరుకున్నారు. దేవతలు అంగీకరించి, ఆ బాలుడికి 'కార్తికేయ' అనే పేరు పెట్టి, ఆయనకు అసాధారణ శక్తులను ప్రసాదించారు. ఆయన పెద్దవాడై దేవతలకు సైన్యాధ్యక్షుడయ్యారు. అనంతరం కార్తికేయ, దేవసైన్యంతో కలిసి యుద్ధం చేసి తారకాసురుడిని సంహరించారు.

గంగ కథ

తర్వాత, విశ్వామిత్రుడు రామలక్ష్మణులకి వారి పూర్వజుడైన సగర మహారాజు కథ చెప్పారు. సగరుని మొదటి భార్యకు అసమంజ అనే ఒక కొడుకు మరియు రెండవ భార్యకు అరవైవేల మంది కొడుకులు ఉండేవారు. అసమంజుడు దుష్టుడిగా మారి ప్రజలను బాధించసాగాడు. అందువలన, సగరుడు అతన్ని రాజ్యం నుండి బహిష్కరించారు. అసమంజుడి కొడుకు అంశుమాన్ ధర్మనిష్ఠ, ధైర్యం, నిజాయితీ వంటి మంచి గుణాలు కలిగి ఉండేవారు. ఆయన సగరునికి రాజ్యపాలనలో సహాయం

బాలకాండ

చేసేవారు. ఒకసారి, సగరుడు అశ్వమేధ యాగం నిర్వహించారు. యాగ ప్రక్రియగా, ఒక అలంకృతమైన గుర్రాన్ని వివిధ దేశాలకు పంపారు. ఇంద్రుడు ఆ యాగ విజయానికి ఈర్ష్యపడి, తన మాయాశక్తులతో ఆ గుర్రాన్ని దొంగిలించి, పాతాళంలో ఉన్న కపిలమహర్షి ఆశ్రమం వద్ద ఉంచి వెళ్లిపోయారు. కపిలుడు ధ్యానంలో ఉండడం వలన, ఇంద్రుడు గుర్రాన్ని అక్కడ విడిచిపెట్టిన విషయం గమనించలేదు. సగరుని సైన్యం ఎంత వెతికినా ఆ గుర్రం దొరకలేదు. దాంతో, సగరుడు తన అరవై వేల మంది కొడుకులను ఆ గుర్రాన్ని వెతకమని పంపించారు.

వారు భూమి అంతటా వెతికినా, ఆ గుర్రం ఆచూకీ దొరకలేదు. చివరికి, వారు పెద్ద సొరంగాలు తవ్వి పాతాళానికి చేరుకున్నారు. పాతాళంలో, వారు కపిల మహర్షి ఆశ్రమం వద్ద ఆ గుర్రాన్ని చూసారు. కపిలుడే గుర్రాన్ని దొంగిలించాడని అనుమానించి, వారు కోపంతో ఆయనపై దాడి చేయడానికి ప్రయత్నించారు. ఆ శబ్దం వలన ధ్యానభంగం కలిగి, కపిల మహర్షి కళ్ళు తెరిచి కోపంగా చూసారు. ఆయన తపశ్శక్తి వలన వచ్చిన కోపజ్వాలలో, అరవై వేల మంది సగరకుమారులు భస్మమయ్యారు.

యాగశాలలో, సగరుడు తన కొడుకులు తిరిగి రాకపోవడంతో కంగారుపడ్డారు. యాగ అశ్వాన్ని వెతకమని ఆయన అంశుమాన్‌ను పంపించారు. అంశుమాన్ తన చిన్నాన్నల బాటను అనుసరించి పాతాళానికి చేరుకుని, కపిల మహర్షి ఆశ్రమం వద్ద గుర్రాన్ని మరియు బూడిద గుట్టలను చూసారు. కపిలుడే సగరులను బూడిదగా మార్చినట్లు ఆయన గ్రహించారు. ఆచారం ప్రకారం, మృతుల ఆత్మలు శాంతి పొందడానికి వారి భస్మరాశులు శుద్ధజలంలో కలపాలి. అయితే, అతివేడిగా ఉండే పాతాళానికి నీటిని తీసుకురావడం అసాధ్యమని అంశుమాన్ గ్రహించి, చాలా బాధపడ్డారు. అప్పటికి యాగం పూర్తిచేయడం ముఖ్యమని భావించి, గుర్రాన్ని తీసుకుని తిరిగివెళ్ళారు.

సగరుడు అశ్వమేధ యాగాన్ని విజయవంతంగా పూర్తి చేసారు. సగరుని తర్వాత అంశుమాన్ రాజ్యాన్ని పరిపాలించారు. అనంతరం, అంశుమాన్ కుమారుడైన దిలీపుడు రాజ్యాన్ని చేపట్టారు. కానీ, వారు ఎవ్వరూ పాతాళానికి నీటిని తీసుకెళ్లి సగరుల ఆత్మలకు ముక్తి కలిగించలేకపోయారు.

తర్వాత, దిలీపుని కుమారుడు భగీరథుడు రాజు అయ్యారు. తన ముత్తాతలకు అంత్యక్రియలు పూర్తిచేయాలని నిర్ణయించుకుని, భగీరథుడు రాజ్యపరిపాలనను మంత్రులకు అప్పగించి, గోకర్ణ పర్వతం వద్ద తపస్సు చేసారు. భగీరథుడి తపస్సుకి మెచ్చిన శివుడు, దేవనది అయిన గంగను భూమిపైకి ప్రవహించమని ఆదేశించారు. అయితే, భూమి గంగ ప్రవాహన్ని తట్టుకోలేదని తెలిసిన శివుడు, గంగని ముందు తన తలపైకి అందుకుని, ఆ తర్వాత భూమిపైకి నెమ్మదిగా విడిచారు.

గంగ భూమిపై పడిన వెంటనే, ఏడు ప్రవాహాలుగా విడిపోయింది. అందులో ఒక ప్రవాహం అద్భుతమైన వేగంతో భగీరథుడిని పాతాళానికి అనుసరించింది. గంగ పాతాళానికి ప్రవహిస్తుండగా, దారిలో ఉన్న జహ్ను మహర్షి ఆశ్రమాన్ని ముంచెత్తింది. తన ఆశ్రమం మునిగిపోవడంతో, జహ్ను మహర్షికి కోపం వచ్చింది. ఆయన తన తపశ్శక్తితో నదిలోని నీరంతా త్రాగి ప్రవాహం అదృశ్యమయ్యేలా చేసారు. నీటి శబ్దం ఒక్కసారిగా ఆగిపోవడంతో భగీరథుడు వెనక్కి చూసి ఆశ్చర్యపోయారు.

ఆయన జహ్ను మహర్షికి పరిస్థితిని వివరించి క్షమించమని వేడుకున్నారు. మహర్షి సంతోషించి, తన కుడి చెవిలోనుంచి గంగను విడుదల చేసారు. భగీరథుడు గంగను పాతాళానికి తీసుకెళ్ళి, తన పూర్వీకుల అంత్యక్రియలు నిర్వహించి, వారి ఆత్మలకు శాంతి కలిగేలా చేసారు. వారు భగీరథుడిని ఆశీర్వదించి స్వర్గానికి చేరుకున్నారు.

గంగని, జహ్ను మహర్షి శరీరం నుంచి రావడం వలన జాహ్నవి అని, భగీరథుని తపస్సు ఫలితంగా భూమికి వచ్చినందున భాగీరథి అని కూడా పిలుస్తారు.

అహల్యా శాపం

ఆ తర్వాత విశ్వామిత్రుడు, రామలక్ష్మణులతో కలిసి, ఒక ప్రశాంతమైన ఆశ్రమానికి చేరుకున్నారు. ఆయన, అది గౌతమ మహర్షి ఆశ్రమమని తెలియజేసి, గౌతముడి కథను వారికి వివరించారు.

బాలకాండ

పూర్వం, గౌతమ మహర్షి తన భార్య అహల్యతో కలిసి ఆ ఆశ్రమంలో సుఖంగా జీవించేవారు. ఒకరోజు, గౌతముడు ఆశ్రమంలో లేని వేళ చూసి, అహల్యను మోహించిన ఇంద్రుడు, గౌతముడి వేషంలో అక్కడికి వచ్చారు. అహల్య, ఇంద్రుడి మోసానికి లోనైంది. తర్వాత అసలైన గౌతముడు ఆశ్రమానికి తిరిగి వచ్చి, నిజాన్ని గ్రహించి, ఇంద్రుని శరీరంలోని ముఖ్య అవయవాలు కొన్ని లేకుండా పోవాలని శపించారు. అహల్యను కూడా కదలలేని ఒక శిలలా ఉండిపోమని శాపం ఇచ్చారు. అయితే, రాముడు ఆ ఆశ్రమానికి వచ్చినప్పుడు ఆమెకు శాపవిముక్తి కలుగుతుందని చెప్పి ఆయన తపస్సుకి వెళ్ళిపోయారు.

విశ్వామిత్రుడు ఈ కథ చెప్పి, రాముడిని అహల్యకు శాపవిముక్తి చేయమని ఆదేశించారు. రాముడు ఆశ్రమంలోకి ప్రవేశించగానే, అహల్య తన అసలు రూపాన్ని తిరిగి పొందింది. ఆమె, వారికి ధన్యవాదాలు తెలిపి వారిని ఆహ్వానించింది. రామలక్ష్మణులు ఆమెకు నమస్కరించి, ఆశీర్వాదం పొందారు. అంతలో గౌతమ మహర్షి తిరిగి వచ్చి తన భార్య అహల్యను ఆనందంగా కలుసుకున్నారు.

మిథిలా నగరం

మిథిలా నగరం, విదేహ రాజ్యానికి రాజధాని. జనకుడు అనే గొప్ప రాజు, ఆ రాజ్యాన్ని పాలించేవారు. విశ్వామిత్రుడు, రామలక్ష్మణులు, మిథిలకు చేరుకోగా, జనకుడు మరియు ఆయన మంత్రులు వారిని గౌరవంగా ఆహ్వానించారు.

విశ్వామిత్రుడు, రామలక్ష్మణులను దశరథ మహారాజు కుమారులని అందరికీ పరిచయం చేసారు. వారు తాటకని సంహరించి, మారీచసుబాహులను ఓడించి, యాగాన్ని కాపాడారని, తర్వాత అహల్యను శాపం నుండి విముక్తి చేసారని విశ్వామిత్రుడు అందరికీ తెలియజేసారు. అది విన్న శతానందుడు మహానందాన్ని పొందారు. గౌతముడు మరియు అహల్యల కుమారుడైన శతానందుడు జనకుని పురోహితుడు. తన తల్లికి శాప విముక్తి కలిగించినందుకు రామలక్ష్మణులకు కృతజ్ఞతలు తెలిపి, శతానందుడు వారికి విశ్వామిత్రుని పూర్వకథను చెప్పారు.

బాలకాండ

విశ్వామిత్రుని పూర్వకథ

గతంలో విశ్వామిత్రుడు ఒక విశాలమైన రాజ్యాన్ని పాలించిన గొప్ప రాజు. ఒకసారి, ఆయన తన సైన్యంతో అడవికి వేటకు వెళ్ళారు. వశిష్ఠ మహర్షి ఆశ్రమం అక్కడికి దగ్గరలో ఉందని తెలిసి, రాజు ఆయనకు నమస్కారం చేయడానికి వెళ్ళారు. మహర్షి వారిని ఆత్మీయంగా స్వాగతించారు. ఆయన వద్ద 'సబల' అనే ప్రత్యేకమైన గోవు ఉండేది. ఆ గోవు తన దివ్య శక్తులతో ఏదైనా సృష్టించగలదు. మహర్షి సబలను పిలిచి అందరికీ రుచికరమైన విందును సిద్ధం చేయమని ఆదేశించారు. వెంటనే సబల తన మాయా శక్తులతో అద్భుతమైన విందు సిద్ధం చేసింది. అది చూసి సంతుష్టుడైన విశ్వామిత్రుడు, ఆ గోవును తనకు ఇవ్వమని కోరారు. కానీ, వశిష్ఠుడు గోవుని ఇవ్వడానికి ఒప్పుకోలేదు. అందుకు కోపగించిన విశ్వామిత్రుడు, సబలను బలవంతంగా తీసుకురావాలని తన సైన్యాన్ని ఆదేశించారు. భయంతో వశిష్ఠ మహర్షిని ఆశ్రయించిన సబలకి, భారీ సైన్యాన్ని సృష్టించమని ఆయన సూచించారు.

సబల, తన శరీరం నుండి వేలాది సైనికులు, రథాలు, ఏనుగులు మరియు ఆయుధాలను సృష్టించింది. సబల సృష్టించిన సైనికులతో జరిగిన యుద్ధంలో విశ్వామిత్రుని సైన్యం ఓడిపోయింది. ఓటమి వలన అవమానాన్ని పొందిన విశ్వామిత్రుడు, తపశ్శక్తి విలువ తెలుసుకుని, రాజ్యాన్ని విడిచిపెట్టి హిమాలయాలకు తపస్సు చేయడానికి వెళ్లారు.

శివుడు, విశ్వామిత్రుని తపస్సుకి మెచ్చి, ఆయనకు ఎన్నో శక్తివంతమైన ఆయుధాలను ఇచ్చారు. ప్రతీకారం తీర్చుకోవడానికి విశ్వామిత్రుడు, వశిష్ఠ మహర్షి ఆశ్రమానికి తిరిగి వచ్చి, ఆ ఆయుధాలతో దాడి చేసారు. వశిష్ఠుడు ప్రశాంతంగా తన బ్రహ్మదండాన్ని ఎత్తి, వాటికి ఎదురు నిలుచున్నారు. ఆ పవిత్ర దండం ప్రకాశిస్తూ, విశ్వామిత్రుడి శక్తివంతమైన ఆయుధాలన్నింటినీ అడ్డుకుంది. మరోసారి ఓడిపోయిన విశ్వామిత్రుడు, తపశ్శక్తిని మించిన ఆయుధం లేదని తెలుసుకున్నారు. ఆయన మళ్ళీ తపస్సు చేయడానికి వెళ్ళిపోయారు.

బాలకాండ

విశ్వామిత్రుడు సుఖాలను త్యజించి, చాలా సంవత్సరాలు కఠిన తపస్సు చేసారు. ఒక రోజు, త్రిశంకు అనే రాజు ఆయన వద్దకు వచ్చి, ఒక అసాధ్యమైన వాంఛను వ్యక్తపరచాడు. త్రిశంకు, తను బ్రతికి ఉండగా మానవ శరీరంతో స్వర్గానికి వెళ్ళాలని కోరాడు. విశ్వామిత్రుడు, వశిష్ఠుని కంటే తాను శక్తివంతుడినని చూపించుకోవాలనే ఉద్దేశంతో, త్రిశంకుకు సహాయం చేయడానికి అంగీకరించారు.

విశ్వామిత్రుడు ఒక గొప్ప యాగం నిర్వహించి, తన తపశ్శక్తులను ఉపయోగించి త్రిశంకును స్వర్గానికి పంపారు. కానీ స్వర్గాధిపతి అయిన ఇంద్రుడు, త్రిశంకును స్వర్గంలోకి అనుమతించక, అతనిని భూమిపైకి తిరిగి తోసివేసారు. స్వర్గం నుండి క్రిందికి పడుతున్న త్రిశంకును, విశ్వామిత్రుడు ఆకాశంలోనే ఆపి, అక్కడ ఒక కొత్త స్వర్గాన్ని సృష్టించి, దానికి త్రిశంకుస్వర్గం అని పేరు పెట్టారు. అయితే, ఒక వ్యర్థ కార్యానికి తన శక్తులన్నీ ఉపయోగించానని విశ్వామిత్రుడు తెలుసుకున్నారు.

విశ్వామిత్రుడు తన తప్పు తెలుసుకొని, తిరిగి తపస్సు చేయడానికి వెళ్ళారు. చాలా సంవత్సరాలు కఠోర తపస్సు చేసిన తర్వాత, బ్రహ్మదేవుడు సంతోషించి, ఆయనకి బ్రహ్మర్షి హోదా ఇచ్చారు. ఆ తర్వాత, విశ్వామిత్రుడు, వశిష్ఠుడు, మంచి మిత్రులుగా మారి పరస్పరం గౌరవభావంతో ఉండేవారు.

సీతాజననం

విశ్వామిత్రుడు, జనకుడిని రామలక్ష్మణులకు శివధనుస్సు గురించి చెప్పమని అడిగారు. అప్పుడు జనకుడు, సీతాజననం మరియు శివధనుస్సు చరిత్ర గురించి వివరించారు.

కొన్ని సంవత్సరాల క్రితం, జనకుడు ఒక ప్రత్యేక యాగం చేయాలని నిర్ణయించారు. యాగం నిర్వహించడానికి యాగశాల వద్ద నేల దున్నుతున్న సమయంలో, ఆయనకు బంగారు పెట్టెలో ఒక అందమైన పసిపాప దొరికింది.

జనకుడు, ఆ పాపను భూమాత ఇచ్చిన వరంగా భావించి, 'సీత' అని నామకరణం చేసి, తన కుమార్తెగా స్వీకరించారు. కాలక్రమేణా, సీత పెరిగి పెద్దదై, అందమైన యువతిగా మారింది. సీతకు పెళ్లి చేసే సమయం వచ్చిందని గ్రహించి, జనకుడు ఆమెకు అన్నిరకాలుగా యోగ్యుడైన వరుడిని తీసుకురావాలని అనుకున్నారు. అప్పుడు, తన పూర్వీకుల నుండి వచ్చిన శివధనుస్సు ఆయనకు గుర్తుకు వచ్చింది.

ఆ దివ్యమైన ధనుస్సు, మొదట పరమశివునికి చెందినది. దేవతలు, శివుని నుండి ఆ ధనుస్సును పొందారు. వారినుండి, జనకుని పూర్వీకులు దాన్ని స్వీకరించారు. అప్పటి నుండి, ఆ ధనుస్సు, జనక మహారాజు కుటుంబ సభ్యులచే జాగ్రత్తగా సంరక్షించబడుతూ, పూజలు అందుకుంటూ ఉంది.

ఆ అపూర్వమైన శివధనుస్సు ఎత్తగలిగిన వారికి సీతను ఇచ్చి పెళ్ళి చేయాలని జనకుడు నిర్ణయించారు. ఆ ధనుస్సు ఎత్తడానికి చాలామంది రాజులు మరియు దేవతలు ప్రయత్నించి విఫలమయ్యారు. ఈ విషయాలను వివరించిన తర్వాత, జనకుడు ఆ ధనుస్సును రామలక్ష్మణులకు చూపించేందుకు సిద్ధమయ్యారు.

శివధనుస్సు

శివధనుస్సుని సభకు తెమ్మని జనకుడు తన సేవకులను ఆదేశించారు. ఆ శక్తివంతమైన ధనుస్సుని ఐదు వేల మంది బలమైన వ్యక్తులు, ఎనిమిది చక్రాలున్న రథంపై ఉంచి సభలోకి తెచ్చారు. విశ్వామిత్రుడు, ఆ ధనుస్సును పరిశీలించమని రాముడిని ఆదేశించారు. రాముడు ముందుకు వెళ్లి, గురువుగారి అనుమతితో ధనుస్సును పట్టి, సులభంగా ఎత్తి, వింటినారిని కట్టారు. ఆయన ఆ వింటినారిని బలంగా వెనక్కిలాగగానే, ఒక భయానకమైన శబ్దం చేస్తూ, ఆ ధనుస్సు రెండు ముక్కలుగా విరిగిపోయింది.

జనకుడు ఆనందంగా, విశ్వామిత్రుని వద్దకు వెళ్ళి, రాముడే సీతకు సరైన వరుడు అని ప్రకటించారు. విశ్వామిత్రుడు కూడా సంతోషంగా తన అమోదాన్ని తెలియజేసారు.

బాలకాండ

జనకుడు వెంటనే దూతలను అయోధ్యకు పంపి, దశరథ మహారాజుని మిథిలకు ఆహ్వానించారు. ఆ శుభవార్త విన్న దశరథుడు, ఎంతో ఆనందించి, వెంటనే పరివారంతో కలిసి మిథిలా నగరానికి బయలుదేరారు.

సీతారామకళ్యాణం

దశరథుడు తన మంత్రులు, పురోహితులు, ఋషులు మరియు సైన్యంతో కలిసి ప్రయాణం చేసి మిథిలానగరం చేరుకున్నారు. జనక మహారాజు వారిని సాదరంగా ఆహ్వానించి, వారికి తగిన సత్కారాలు చేసారు. వారందరికీ వసతి ఏర్పాట్లు, అతిథి మర్యాదలు ఘనంగా చేసారు.

జనకునికి సీత మరియు ఊర్మిళ అనే ఇద్దరు కుమార్తెలు ఉండగా, ఆయన సోదరుడు కుశధ్వజునికి మాండవీ మరియు శ్రుతకీర్తి అనే ఇద్దరు కుమార్తెలు ఉన్నారు. రాముని‌కి సీతను, భరతునికి మాండవీని, లక్ష్మణునికి ఊర్మిళను, శత్రుఘ్నునికి శ్రుతకీర్తిని

ఇచ్చి వివాహం చేయాలని పెద్దలు నిర్ణయించారు. ఆ శుభవార్త విదేహరాజ్యం అంతటా వ్యాపించి, ప్రజలందరూ చాలా ఆనందించారు. వారు నగర వీధులను అలంకరించి, నృత్యగీతాలతో వేడుకలు జరుపుకున్నారు. వివాహాలకు కావలసిన ఏర్పాట్లు మహోన్నతమైన రీతిలో నిర్వహించారు.

అందరూ ఆత్రుతగా ఎదురు చూసిన ఆ శుభసమయం వచ్చేసింది. ఇతర రాజ్యాల రాజులు, పురోహితులు, పెద్దలు, ఋషులు, అతిథులు మరియు పురప్రజలు ఎంతో ఉత్సాహంగా వివాహ వేదిక వద్దకు చేరుకున్నారు. జనకుడు, పవిత్రమైన వివాహ క్రతువులను జరిపించమని వశిష్ఠుడిని వేడుకున్నారు. వశిష్ఠుడు ఆనందంగా అంగీకరించి, విశ్వామిత్రశతానందులతో కలిసి వివాహాలకు సంబంధించిన క్రతువులను శాస్త్రోక్తంగా నిర్వహించారు. వారి ఆధ్వర్యంలో, రాముడు సీతను, భరతుడు మాండవీని, లక్ష్మణుడు ఊర్మిళను మరియు శత్రుఘ్నుడు శృతకీర్తిని వివాహం చేసుకున్నారు. దివ్యపురుషులు, సిద్ధులు ఆకాశం నుండి ఆ గొప్ప వేడుకను

చూసి, ఆనందంతో ఆశీర్వచనాలు పలికారు. దేవతులు స్వర్గం నుండి పూలవర్షం కురిపించారు. విశ్వామిత్రుడు నూతన దంపతులను ఆశీర్వదించి, తపస్సు చేసుకోవడానికి హిమాలయాలకు వెళ్లిపోయారు. దశరథుడు, నవదంపతులతో కలిసి సంతోషంగా అయోధ్యకు బయలుదేరారు.

పరశురాముని గర్వభంగం

పరశురాముడు గొప్ప యోధుడు మరియు విష్ణువు యొక్క ఆరవ అవతారం. ఒకసారి కార్తవీర్యార్జున అనే రాజు, పరశురాముని తండ్రైన జమదగ్ని మహర్షిని అవమానించాడు. కోపగించిన పరశురాముడు, క్షత్రియులపై ప్రతీకారం తీర్చుకోవడానికి ప్రపంచమంతా తిరుగుతూ అనేకమంది రాజులను ఓడించారు.

పరశురాముడు శివధనుస్సు విరిగిన శబ్దం విని, అది ఎవరు చేసారో చూడటానికి ఆవేశంగా బయలుదేరారు. ఆయన కోపంగా వచ్చి, రాముడిని ఆపి, "రామ, చాలా

పాతదైపోయిన శివధనుస్సు విరిచినందుకు గర్వపడవద్దు. నా వద్ద అత్యంత శక్తివంతమైన విష్ణుధనుస్సు ఉంది. ఆ ధనుస్సుని ఎత్తి, ఒక బాణం విడిచి నీ శక్తిని చూపించు" అని సవాలు చేసారు.

రాముడు, పరశురాముని నుండి ధనుస్సును తీసుకుని ఎంతో సులభంగా ఎత్తి, దానికి ఒక బాణాన్ని సంధించి, "ఓ మహర్షి, నేను సంధించిన తర్వాత, బాణం వృధా కారాదు. కావున ఈ బాణాన్ని ఎక్కడ ప్రయోగించాలో చెప్పండి" అని అడిగారు. రాముడు విష్ణు స్వరూపమేనని తెలుసుకున్న పరశురాముడు, వినయంగా నమస్కరించి, "రామ, తపస్సు ఫలితంగా నేను కొన్ని ఆధ్యాత్మిక లోకాలను పొందాను, నీ బాణంతో ఆ లోకాలను ధ్వంసం చేయి" అని కోరారు. రాముడు ఆ బాణాన్ని విడవగానే, అది దూసుకుని వెళ్ళి పరశురాముని ఆధ్యాత్మిక లోకాలను నాశనం చేసింది. పరశురాముడు, రామునికి గౌరవంగా నమస్కరించి, అక్కడి నుండి తిరిగి తపస్సుకు వెళ్లిపోయారు.

అయోధ్యలో సంబరాలు

దశరథ మహారాజు, వశిష్ఠ మహర్షి, రాముని విజయానికి గర్వించారు. వారందరూ ప్రయాణాన్ని కొనసాగించి, ఎటువంటి అడ్డంకులు లేకుండా అయోధ్యకు చేరుకున్నారు. నగరం అంతా రంగులతో, పూలతో, దీపాలతో అందంగా అలంకరించబడింది. విజయవంతంగా తిరిగి వచ్చిన తమ రాజకుమారులను స్వాగతించేందుకు, అయోధ్య ప్రజలు ఆనందోత్సాహాలతో ఉత్సవాలు జరిపారు. అందరూ ఆనందంగా రాజును మరియు కొత్త దంపతులను స్వాగతించారు.

రామ, లక్ష్మణ, భరత, శత్రుఘ్నులు తమ భార్యలు సీత, ఊర్మిళ, మాండవీ, శ్రుతకీర్తిలతో అయోధ్యలో సుఖసంతోషాలతో నివసించసాగారు. వారు రాజ్యపాలనలో దశరథునికి సహాయమందిస్తూ, ప్రజల సంక్షేమానికి కృషి చేసి రాజ్యాన్ని మరింత అభివృద్ధి చేసారు. అయోధ్య ప్రజలు ధర్మాన్ని పాటిస్తూ, పరస్పర ప్రేమాభిమానాలతో ప్రశాంతంగా జీవించసాగారు.

బాలకాండ

Our Mission

✦ Serve and protect Sanatana dharma.

✦ Spread the stories of our beloved Bhagwan as narrated in our scriptures.

✦ Teach and recite slokas and stotras given to us by our revered Rushis and Gurus.

Our Avenues

StotraSagar YouTube channel

✦ Word to word video tutorials of slokas and stotras

✦ Correct pronunciation of Slokas.

✦ Slow and clear pronunciation to learn easily.

✦ Full recitals to chant along with.

Stotrasagar Mobile app

✦ Stotras organized by deity for easy viewing.

✦ Text of Stotras in three languages (English, Sanskrit & Telugu)

✦ Meanings and mp3 of Slokas and Stotras.

✦ Navigation to Youtube tutorials and recitals.

The Bhagavadgeeta project on Instagram

✦ One Bhagavadgeeta sloka a day with meaning.

✦ Follow us on Instagram @ Stotrasagar

Our Books available on Amazon

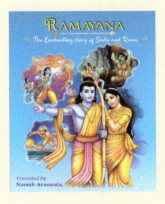 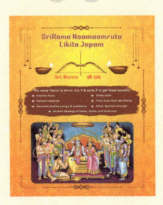 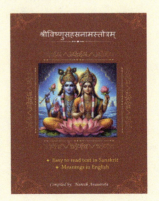

Stotrasagar Mobile app

★ Library of many slokas and stotras ★ Text in multiple languages ★ Easy-to-use

★ Word-to-Word video lessons ★ Meanings ★ mp3 full recitals

Downloadable on iOS & Android

www.ingramcontent.com/pod-product-compliance
Lightning Source LLC
LaVergne TN
LVHW070209230825
819396LV00054B/1492
* 9 7 9 8 3 4 9 4 7 3 8 8 3 *